கதைசொல்லி

கி.ரா.வின்

கடைசி நேர்காணல்

இரா.நாறும்பூநாதன்

டிஸ்கவரி பப்ளிகேஷன்ஸ்

எண்: 9, பிளாட் எண்: 1080A, ரோஹிணி பிளாட்ஸ்
முனுசாமி சாலை, கே.கே.நகர் மேற்கு,
சென்னை – 600 078. பேச: 99404 46650

வெளியீட்டு எண்: 0153

கதைசொல்லி கி.ரா.வின் கடைசி நேர்காணல்
ஆசிரியர்: இரா.நாறும்பூநாதன்©
Kathaisolli Ki.Ra.vin Kadaisi Nerkanal
Author: Ra.Narumpoonathan©
புகைப்படங்கள்: புதுவை இளவேனில்
First Edition: March - 2022
ISBN: 978-93-91994-37-2
Print in India
Pages: 40
Rs. 60

Publisher • Sales Rights

Discovery Publications	**Discovery Book Palace (P) Ltd**
No. 9, Plot,1080A, Rohini Flats, Munusamy Salai, K.K.Nagar West, Chennai - 78. Tamilnadu, India. Mobile: +91 99404 46650	No. 1055B, Munusamy Salai, K.K.Nagar West, Chennai-600 078. Ph: (044) 4855 7525 Mobile: +91 87545 07070

discoverybookpalace@gmail.com
WWW.DISCOVERYBOOKPALACE.COM

இந்த நூலில் பிரசுரமாகியுள்ள எந்த ஒரு பகுதியையும் பதிப்பாளரின் எழுத்துபூர்வமான முன்அனுமதி பெறாமல் எடுத்தாள்வதோ, மறுபிரசுரம் செய்வதோ, மொழியாக்கம் செய்வதோ, அச்சு மற்றும் மின்னணு ஊடகங்களில் மறுபதிப்பு செய்வதோ, காப்புரிமைச் சட்டப்படி தடை செய்யப்பட்டுள்ளது. இந்த நூலிலிருந்து குறிப்பிட்ட பகுதிகளை மேற்கோள் காட்டி புத்தக விமர்சனம் செய்ய, ஊடகங்களுக்கு மட்டும் அனுமதி உண்டு.

உங்கள் மொபைல் போனிலிருந்து ஸ்கேன் செய்து டிஸ்கவரி புக் பேலஸின் மொபைல் ஆப்பை டவுன்லோடு செய்து, புத்தகங்களை வாங்குங்கள்.

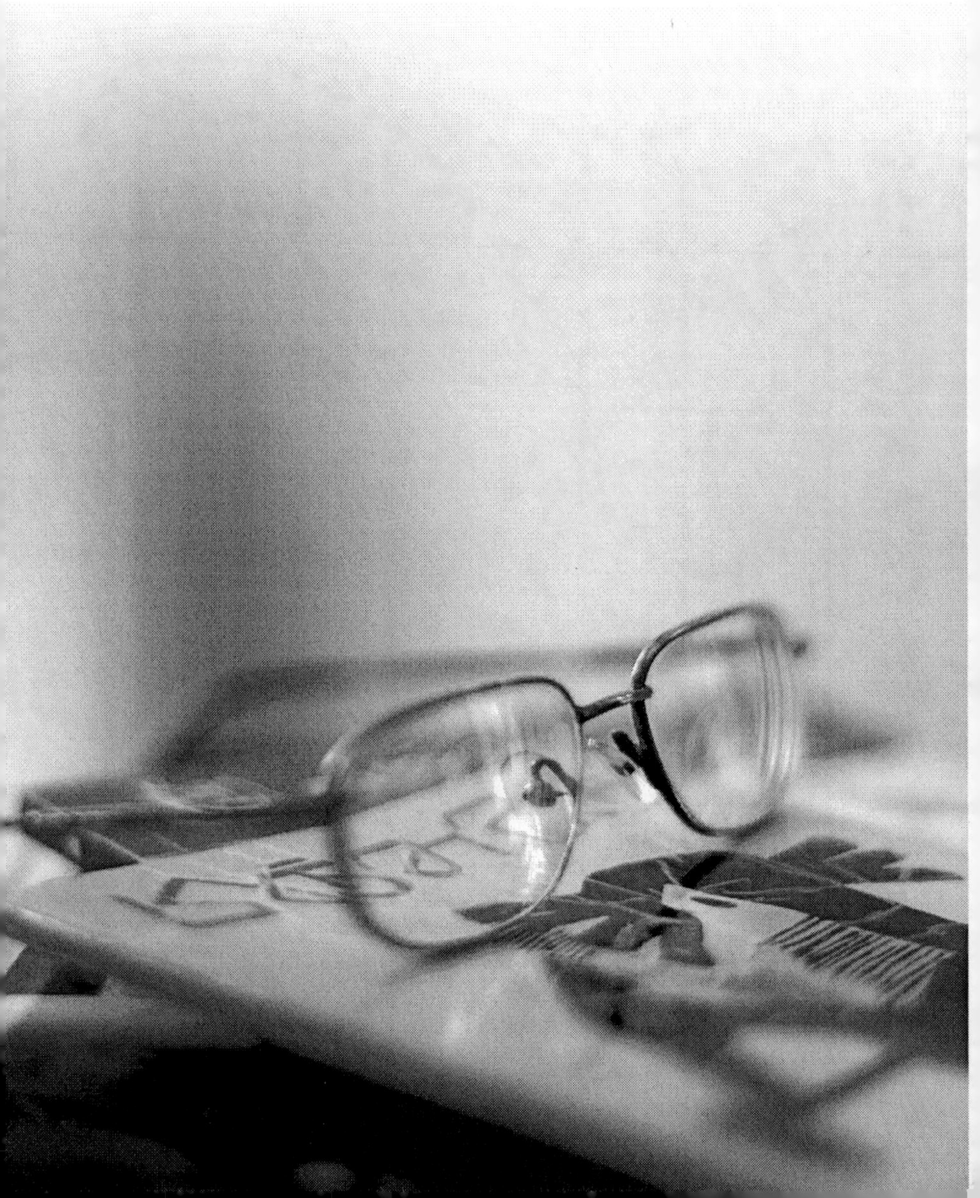

கதைசொல்லி கி.ரா.

நண்பன் மாரிஸ்தான் எழுத்தாளர் கி.ரா.வை எங்களுக்கு முதலில் அறிமுகம் செய்து வைத்தான். எங்களுக்கு என்பது நான், உதயசங்கர், சாரதி, முத்துச்சாமி ஆகியோர். அப்போது எங்களுக்கு வயது 19 இருக்கும். கல்லூரியில் இரண்டாம் ஆண்டு படிக்கையில், நாங்கள் தயாரித்த கையெழுத்து இதழான 'மொட்டுக்கள்' படித்துவிட்டு, "நல்லாருக்கு..." என்று கி.ரா. சொன்ன அந்த ஒற்றை வார்த்தை தந்த உற்சாகத்தில் தொடர்ந்து எழுத்துலகில் பயணிக்க ஆரம்பித்தோம்.

நாடகப்பள்ளி ஆசிரியர் ராமானுஜம் அவர்கள் தயாரித்த மௌன நாடகம் 'இசை நாற்காலி'யை மேடையில் நடத்தினோம். அதைப் பார்த்த கி.ரா., "இதுவும் நல்லா இருக்கே... எங்க ஊருல வந்து இந்த நாடகத்தை மக்கள்மத்தியில் நடிச்சுக் காட்டுங்களேன்" என்றார்.

"நைனா... (இப்படி அழைத்தே பழகிவிட்டது) இது வசனம் இல்லாத நாடகம். கிராமத்து மக்களுக்கு இதெல்லாம் புரியாது!" என்றோம்.

அப்போது கி.ரா. சொன்னார், "மக்களுக்கு எதுவும் புரியாதுன்னு நீங்களா எப்படி முடிவு செய்ய முடியும்..? அவங்களை எப்போதுமே குறைத்து மதிப்பிடக்கூடாது. ஒரு மட்டம் வந்து போட்டுத்தான் பாருங்களேன்..." என்றார்.

அடுத்து வந்த ஒரு ஞாயிற்றுக்கிழமை மாலையில், எங்களது 'தர்சனா' நாடகக்குழுவினர், இடைச்செவல் கிராமத்தில் வீதி நாடகங்களை நடித்துக் காட்டினோம். " நாடகம் போடப்போறோம்... எல்லாரும் பார்க்க வாங்க!" என்று மக்களைப் பார்த்து உரக்கக்

குரல் கொடுத்தபடியே கி.ரா. முன்னே போக, நாங்க அவர் பின்னால் சென்றோம்.

‘இசை நாற்காலி’ என்ற மௌன நாடகம், அவசரநிலைக் காலத்தைப் பற்றியது. வசனமின்றி, சைகையில் நடத்தப்படும் அந்த நாடகம் முடியும்போது, “இந்தியா பீடுநடை போட்டு முன்னேறிக்கொண்டிருக்கிறது” என்ற பதாகையை உயர்த்திப் பிடித்தபடி ஒருவர் நடந்து வரும்போது, மக்கள் கரகோஷமிட்டு அதை வரவேற்றனர்.

“இப்ப என்ன சொல்லுதீக?” என்பது போல, கி.ரா. எங்களைத் திரும்பிப் பார்த்தார்.

பூமணி எழுதிய ‘வலி’ என்ற சிறுகதையை ‘பிரச்னை’ என்ற நாடகமாக்கி நடித்துக்காட்டினோம். அதையும் மக்கள் ரசித்துப் பார்த்தனர்.

கூட்டத்தில் இருந்த ஒருவர், “கால்ல முள்ளு குத்தி அவஸ்தைப்படுறது எல்லாமே நல்லா நடிக்கீக... நாடகமும் நல்லா இருக்கு... ஆனா, கால்ல செருப்புப் போட்டமானிக்கு முள்ளு குத்துறததான் ஏத்துக்க முடியல!” என்று தனது கருத்தை சொன்னபிறகுதான், எங்களின் தவறு புரிந்தது காலில் செருப்போடு நடித்தது என்பது.

‘மக்களுக்குப் புரியாது என்று நாமே நினைக்கக்கூடாது’ என்று கி.ரா. அன்று சொன்னது இப்போதும் காதில் ஒலிக்குது.

அதன்பிறகு, கி.ரா. கரிசல் அகராதியைத் தொகுக்கும்போது, உடன் இருந்து உதவியவர்கள், நண்பர்கள் உதயசங்கர், மாரிஸ், முருகன் போன்றோர்.

நான் அப்போது திருப்பத்தூரில் வேலையில் சேர்ந்துவிட்டேன். எனது திருமணத்தில் எழுத்தாளர் கி.ரா. கலந்துகொண்டு, அன்று முழுவதும் எங்களுடன் இருந்தது பெரிய கொடுப்பினைதான். கலியாண வீட்டு ஜமுக்காளத்தில் அமர்ந்தபடி, தோழர்கள் பால்வண்ணம், ஆர்.எஸ்.மணி, தேவப்பிரகாஷ், தமிழ்ச்செல்வன் போன்றோருடன் மணிக்கணக்கில் பேசிக்கொண்டிருந்தார்.

கி.ரா. புதுச்சேரி சென்றபிறகு, அடிக்கடி சந்திக்க முடியவில்லை.

‘கி.ரா.95’ நிகழ்வுக்குச் சென்றபோது, ஒருநாள் முழுக்க அவரோடு இருக்க முடிந்தது. அது ஓர் இனிய அனுபவம்.

'அண்டரண்ட பட்சி' குறுநாவலை, தனது 98வது வயதில் எழுதி முடித்தபிறகு, அதன் கையெழுத்துப் பிரதியை எனக்கு, தனது மகன் பிரபி மூலம் அனுப்பி வைத்தார். அதுகுறித்து பலநாட்கள் கைபேசியில் பேசினோம்.

ஒருமுறை இப்படிப் பேசிக்கொண்டிருக்கும் போதுதான் கி.ரா., "நீங்க கேள்விகளாய்க் கேட்டால், நான்பாட்டுக்கு எனக்குத் தெரிந்த பதில்களைச் சொல்லுவேன், கேளுங்களேன்..." என்றார். அப்படி உருவானதுதான் இந்த நேர்காணல். இந்த நேர்காணலுக்கு முழுமையாய் உதவியவர் அன்புத் தம்பி புதுவை இளவேனில். இது முழுமையாய் ஒலிப்பதிவு செய்யப்பட்டது.

இந்த நேர்காணல் 'புத்தகம் பேசுது' மார்ச் 2021 இதழில் வெளிவந்துள்ளது.

பேசிமுடித்தபிறகு கி.ரா. சொன்னார்: "இவ்வளவு நீண்ட நேர்காணலை இனிமேல் இன்னொருவருக்குச் சொல்ல முடியுமா என்று தெரியவில்லை. அறுபத்தைந்து ஆண்டு கால வரலாற்றை நினைவுபடுத்தி முழுமையாய்ச் சொல்ல முடிந்ததே ஆச்சரியம்தான்!"

அவர் சொன்னதுபோலவே, அதுவே அவரது கடைசி நேர்காணலாகவும் அமைந்துவிட்டது.

இதை ஒரு தனி நூலாகப் போடலாமே என்று தம்பி புதுவை இளவேனில் சொன்னபோது, டிஸ்கவரி பப்ளிகேஷன்ஸ் வேடியப்பனைத் தொடர்புகொண்டேன். உடனே சம்மதம் சொல்லி, அதற்கான பணிகளைத்தொடங்கிவிட்டார். எல்லாமே ஒரு வார காலம்தான். நன்றி வேடியப்பன்!

இப்போதும், சோர்வு ஏற்பட்டால், கி.ரா.வின் நேர்காணல் கொண்ட அந்த ஒலிப்பதிவை மீண்டும் மீண்டும் கேட்பேன்.

"ஹா...ஹா...ஹா... அது நெறைய இருக்கப்பா. நான் எப்பவும் நீண்ட கடிதங்கள் எழுதுவதுண்டு... அப்படித்தான் தீப.நடராஜனுக்கு ஒரு கடிதம் எழுதறப்ப..."

கி.ரா. பேசத்தொடங்கிவிட்டார்... கேளுங்க...

அன்புடன்,
இரா.நாறும்பூநாதன்

மார்ச் 13, 2022.

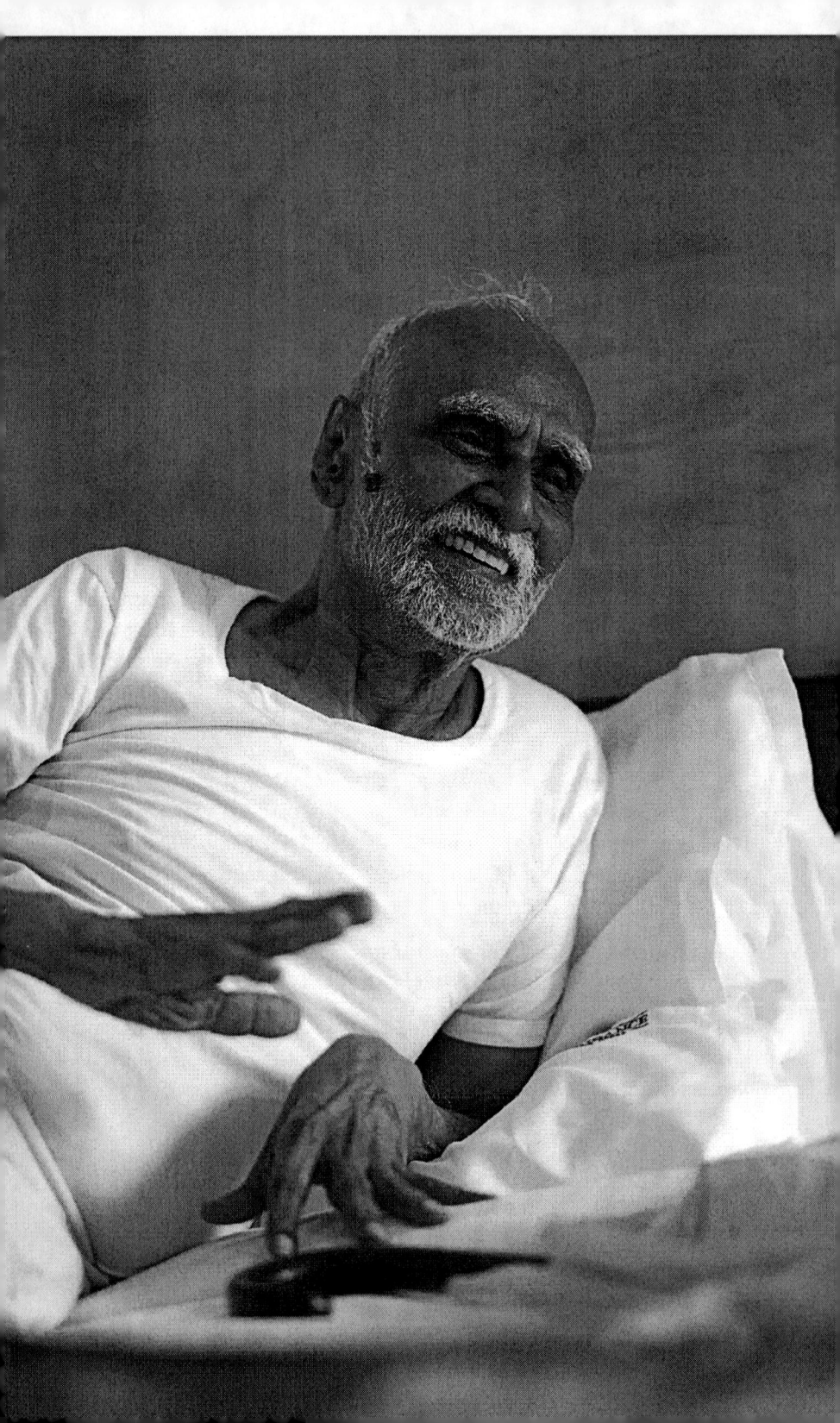

கரிசல் இலக்கியத்தின் பிதாமகன்
கி.ராஜநாராயணன்
- நேர்காணல் -

தூத்துக்குடி மாவட்டம் கோவில்பட்டியில் இருந்து பத்து கிலோமீட்டர் தொலைவில் உள்ள இடைச்செவல் கிராமத்தில் பிறந்தவர் எழுத்தாளர் கி.ராஜநாராயணன்.

99 வயது நிறைவு பெற்ற இவர், அடிப்படையில் ஒரு விவசாயி. நாற்பது வயதுக்கு மேல் பேனா பிடித்து எழுத ஆரம்பித்து, தமிழ் இலக்கியத்தில் உன்னதமான இடத்தைப் பிடித்தவர்.

வருகைதரு பேராசிரியராக, புதுச்சேரி பல்கலைக் கழகத்தில் பணிபுரிய அழைப்பு வந்தவுடன் இடைச்செவலில் இருந்து இடம் பெயர்ந்தவர். அப்போதுமுதல் மனைவி கணவதி அம்மையாருடன் புதுச்சேரி வாசம்.

கோவில்பட்டியில் இருந்த காலங்களில், அவரோடு வாரம் ஒரு முறையாவது சந்தித்துப் பேசும் வாய்ப்புக் கிடைத்தது. அது ஒரு கனாக்காலம்தான். தலைமுறை இடைவெளி இல்லாமல் பேசும் எழுத்தாளர் கி.ரா. அவர்களுடன் ஒரு நேர்காணல்:

• ராஜநாராயணீயத்திற்குள் நுழைய வேண்டுமானால், 'கதவு' திறந்துதான் போக வேண்டும். 'கதவு' சிறுகதை கடிதமாக எழுதப்பட்ட ஒரு செய்தி என்று கேள்விப்பட்டுள்ளோம். அந்தக் கதை பிறந்த வரலாற்றைக் கொஞ்சம் சொல்லுங்களேன்..?

ஹா... ஹா... ஹா... அது நெறைய இருக்கப்பா. நான் எப்பவுமே நீண்ட கடிதங்கள் எழுதுவதுண்டு. அப்படித்தான் தீப.நடராஜனுக்கு ஒரு கடிதம் எழுதறப்ப இந்த விஷயத்தை எழுதினேன். கடிதத்தில் இந்த இடம் எனக்கு ரொம்பப் பிடிச்சிருந்தது. ஒடனே ஒரு நகல் எடுத்து வச்சுக்கிட்டேன்.

அந்த நேரத்துல 'தாமரை' இதழ் ஆரம்பிக்கணும்னு ஒரு பேச்சு வந்தது. அதுக்கு ரகுநாதனை ஆசிரியராகப் போடணும்னு ஒரு முடிவு. இதைப் பத்தி பேசணும்னு ஜீவானந்தம் சொல்றாரு... எங்கே... இடைசெவல்ல வச்சு. தேர்தல் பிரசாரத்துக்கு வந்தவரு எங்க ஊருக்கு வாராரு. நேரங்கெட்ட நேரமாச்சு அப்போ. 'நேரமாச்சு, இனிமேல் என்னத்தப் பேச..?' அப்படின்னு சொன்னதும் சரின்னுட்டு போயிட்டார்.

அப்போ புது வீட்ல இருந்தேன். தனி வீடு ஒன்னு இருக்குல்லா, அங்கே... அப்போ வீட்டுக்கு வந்த ரகுநாதன் அலமாரில ஏதாச்சும் புஸ்தகம் இருக்கான்னு பார்க்கயிலே, ஒரு புஸ்தகத்தில் இருந்து ஒரு கவரு கிடைக்குது... அதுல ஒரு கதை... கதவு கதை இல்ல.. 'மாயமான்'னு ஒரு கதை. அதை எடுத்துப் பார்த்தவரு, 'யோவ்... நீரு கத எல்லாம் எழுதுவீரா?'ன்னு கேட்டாரு. என்னத்தையோ எழுதியிருப்பேன்னு சொன்னேன். அந்தானைக்கு அந்தக் கதையை எடுத்து வச்சுக்கிட்டு, 'இதை நான் கொண்டு போறேன். தாமரை இதழ் ஆரம்பிச்சா, அதுல முதல் சிறுகதையா இது வரும்'ன்னு சொல்லிட்டுப் போனாரு. ஆனால், அது இல்லாம ஆயிருச்சு!

என்ன பண்ணுனார்னா, அதை 'சரஸ்வதி'க்கு அனுப்பிச்சிட்டாரு.

'சரஸ்வதி'க்கும் இவங்களுக்கும் ஒரு வேறுபாடு உண்டு. சரஸ்வதிக்கு எதிரா 'தாமரை' இதழ் கொண்டு வரணும்னு ஆரம்பிச்சாங்க. 'சரஸ்வதி' இதழில் வந்த என்னோட கதையை ஜீவானந்தம் படிச்சிருக்காரு.

படிச்சுட்டு என்கிட்ட பேசினார்... 'உங்களோட 'மாயமான்' கதையைப் படிச்சேன்... ரொம்ப நல்லா இருந்தது. தாமரைக்கு ஒரு கதை எழுதித் தரணும்'னு கேட்டார்.

இதுக்கு மத்தியில என்ன நடந்ததுன்னு கேட்டா, ஆனந்த விகடன் ஒரு பெரிய சிறுகதைப் போட்டி நடத்தியது. அதைப் படிச்சுட்டு, வீட்ல கணவதி,

'நீங்க இதுக்கு ஒரு கதை எழுதுங்களேன்'னு சொல்றாங்க. 'நான் கதையே எழுதுறது இல்ல... எனக்கெல்லாம் கெடைக்காதும்மா'ன் னேன்.

'அனுப்பி வைக்கறதுல என்ன இருக்கு..?' ன்னு சொன்னாங்க. 'சரி, ஆகட்டும்'னு உடனே, 'கதவு' கதையை நகல் எடுத்து ஆனந்த விகடனுக்கு அனுப்பி வைச்சேன்.

முடிவு வந்துச்சு. மொத பரிசு இல்ல... ரெண்டாம் பரிசு இல்ல... மூணாவது பரிசும் இல்ல..! அடுத்து பதினஞ்சு இதழ்களுக்கு கதை வெளியிடுவான்ல... அதுலேயும் இல்ல! அப்ப இவன் குப்பைத் தொட்டியில் போட்டுட்டான்னு நினைச்சுக்கிட்டேன். அப்படியாகிப் போச்சு அந்தக் கதை.

இதை 'தாமரை'க்கு அனுப்பினேன். 'தாமரை - பொங்கல் மலரில்' இது வருது! பாருங்க... இந்தக் 'கதவு' கதைக்கு ரெட்டைக்

கதவை படமா போட்டிருக்கான்... (சிரிக்கிறார்). எல்லாரும் சிரிச்சாங்க!

அதற்கப்புறம் இந்தக் கதையைப் போடுறவங்க அத்தனை பேருமே ரெட்டைக்கதவுதான் போடுறாங்க. அவங்க யாரும் ஒத்தைக்கதவை ஜென்மத்திலேயும் பாத்ததே இல்ல போலிருக்கு. ஒத்தைக்கதவுலதான் குழந்தைங்க விளையாடும். அதுதான் வசதி.

சுந்தர ராமசாமிட்ட இருந்து ஒரு லெட்டர் வருது. அப்போ அவர் யாருன்னு எனக்குத் தெரியாது. 'கதை ரொம்ப பிரமாதமா வந்திருக்கு. தமிழ்ச்சூழலில் இப்படி ஒரு கதை வந்ததே கிடையாது. மற்ற கதைகள்ல இருந்து வேறுபடுது; சொல் வேறுபடுது; விஷயங்கள் வேறுபடுது; வடிவங்கள் வேறுபடுது... எல்லாரும் இதைக் கவனத்தில் கொள்றாங்க!'ன்னு சொல்றாரு. 'இது 'செகாவிய பாணி எழுத்து'ன்னு சொல்லலாம்' அப்டிங்கறாரு... சொல் அப்படி இருக்காம்.

அப்புறம் கிருஷ்ணன் நம்பி ஒரு கடிதம் எழுதுறாரு... 'கதவு கதை படிச்சேன்... ரொம்ப நல்லா இருக்கு'ன்னு.

● உங்களோட 'கோபல்ல கிராமம்' நாவல் வந்த புதிதில், 'அது நாவல் வகையில் சேர்ந்தது இல்லை' என்று பலரும் சொன்னாங்களாமே?

இப்ப இந்தக் ‘கதவு’ வந்தாச்சா... அடுத்தாப்ல ‘கோபல்ல கிராமம்’ வருது.

கோபல்ல கிராமத்தின் கருவோட மூளை என்னன்னு கேட்டால்... நான் எங்க ஊருல ஒரு கவுண்டர் கல்யாண நிச்சயதார்தத்துக்குப் போனேன். கன்னட கவுடான்னு சொல்லுவாங்க. என்னையும் அழைச்சுருந்தாங்க... நானும் போயிருந்தேன். அந்த நிச்சயதார்த்த நேரம் வந்தவுடனே ஒருத்தர் என்ன பண்ணார்னா, ஒரு உலக்கையை எடுத்துக்கிட்டு வாசல் பக்கம் போய் நின்னுக்கிட்டார். என்ன பண்ணார்னா பிரகடனப்படுத்தின மாதிரி சொன்னார் ‘துலுக்கன் வர்றான்... துலுக்கன் வர்றான்..!’ன்னு மூணு தடவ சொன்னார். அப்புறம் தட்டை மாத்திக்கிட்டாங்க... நிச்சயதார்த்தம் முடிஞ்சு போச்சு. அவர்கிட்டே போயி, ‘இப்போ என்னமோ சொன்னீங்களே... அது ஏன்?’னு கேட்டேன்.

‘அது என்னமோ அந்தக் காலத்துல நடந்ததுன்னு சொல்றாங்க. துலுக்க ராஜா கல்யாணம் ஆகாத பொண்ணை தூக்கிட்டுப் போயிருவாராம்... கல்யாணம் பண்ணியாச்சுன்னா தூக்கமாட்டார். அதனால்தான்..!” அப்படின்னாரு.

நான் வீட்டுக்கு வந்து, என்னோட பாட்டிகிட்டே, ‘இது என்ன கதை பாட்டி... எனக்கு வேடிக்கையா இருக்கு!’ன்னேன்.

பாட்டி சொன்னாள்: ‘வேடிக்கை இல்லப்பா... நம்ம முன்னோர்கள் வந்ததும் இப்படித்தான். நாம இங்க ஆந்திராவில் இருந்து ஏன் வந்தோம்னா இதுக்காகத்தான். நம்ம பொண்ணை அவரு இந்த மாதிரி தூக்கிட்டுப் போயிடுவாரோன்னுதான் ஓடி வந்தோம்..!”

எனக்கு இதுக்கு முன்னாலேயே சில விஷயங்கள் தெரியும். ‘ஏன், வளமாய் இருந்த காவிரிக்கரை நிலத்தை எல்லாம் விட்டுப்போட்டு இந்தக் கள்ளிக்காட்டுப் பகுதிக்கு வந்து வீடு கட்டணும்?’ன்னு நினைச்சேன். பாட்டிதான் சொன்னாள்... சென்னம்மாதேவி காவிரிக்கரையிலேயே செத்துப்போனாள்... அங்கேயே ஏகப்பட்ட நிலங்கள் சும்மா கெடந்ததாம். இப்படி இங்கன வந்துட்டாங்களேன்னு பாட்டி சொன்னது மனசுல இருந்துட்டே இருந்தது. சரி, இத எழுதுவோம்னு எழுத ஆரம்பிச்சேன். எழுதுவேன்... பொறவு திருத்துவேன். நண்பர்கள் சிலர் வந்து சில பக்கங்களைப் படிச்சுப் பார்த்துட்டு, ‘அடேங்கப்பா..! பிரமாதமா இருக்கேன்’னு சொன்னாங்க. அது என் மடியிலேயே கெடக்குது. படிப்பேன்.

கொஞ்சம் திருத்துவேன். தொடராகப் பண்ணனும்னு நண்பர்கள் ஆசைப்பட்டாங்க.

குமுதம் இதழில் கேப்போமேன்னு கேட்டேன். அவங்க முதல் அத்தியாயத்தை மாத்திரம் அனுப்புங்கோன்னு சொன்னாங்க. முதல் அத்தியாயம் வெறும் வர்ணனை. அதனால ரெண்டாவது அத்தியாயத்தையும் சேர்த்து அனுப்பினேன். பதிலே வரல. கொஞ்ச நாளு கழிச்சு சொன்னாங்க. 'ரொம்ப நல்லா இருக்கு. ஆனால், குமுதத்துல தொடரா கொண்டு வர ஏலாது'ன்னு சொல்லிட்டாங்க. ஆனந்தவிகடன்ல கேப்போம்னு கேட்டேன். அவங்களும் அதேமாதிரி சொன்னாங்க.

எழுத்து என் மடியில் கெடக்கு... எட்டு வருசமா கெடக்குது. நாவல் எழுதவே ஏழு ஆண்டு ஆயிருச்சு!

லட்சுமி கிருஷ்ணமூர்த்தின்னு ஒரு அம்மா ஒரு அறிவிப்பு வெளியிட்டாங்க...

'எந்த இதழிலும் வராத கையெழுத்துப் பிரதியாய் நாவல் இருந்தா, அத படிச்சுப் பார்த்துட்டு புஸ்தகமாய்ப் போடலாம்னு இருக்கேன்'னு. உடனே... 'இந்தாப் பிடி'ன்னு இதை அனுப்பிட்டேன். வரணும்லா..? வரல!

அவங்களுக்கு ஏதோ ஒன்னு உறுத்துது... இந்த மாதிரி ஆளுக கிளம்பி வந்துரக்கூடாதேன்னு.

'இதுல கெட்ட வார்த்தை ரொம்ப இருக்கு. அதை எல்லாம் நீக்கணும்'ன்னார்.

நான், 'நீக்க முடியாது!'ன்னு சொன்னேன்.

'இதை இப்படியே போட முடியாதே..!'ன்னார்.

'அப்போ திருப்பி அனுப்புங்கோ'ன்னு சொல்லிட்டேன். அவங்க என்ன செஞ்சாங்கன்னா... ஓர் எழுத்தாளர் அவங்களைப் பார்க்க வந்திருக்கிறாரு. அவருட்ட என் கதையை வாசிக்கக் கொடுத்திருக்காங்க.

அவரு சொன்னாராம்... 'நீங்க சொல்ற கெட்ட வார்த்தையை எங்க அப்பா ஒரு நாளைக்கு நூறு மட்டம் சொல்வாரு... இது ரொம்ப சகஜம்... கிராமத்தை நீங்க அறியாதவங்க... அங்க அப்படித்தான் பேசுவாங்க..!'ன்னாராம். அதுக்குப் பிறகுதான் அந்த

அம்மா சம்மதிச்சு புத்தகமா போட்டாங்க. புத்தகம் வந்தபிறகு ரொம்ப பரபரப்பாய் இருந்துச்சு. எழுத்தாளர் சுந்தரராமசாமி 'காகங்கள்' கூட்டத்துல இதைப் பற்றிப் பேசப்போறோம்... நீங்க கட்டாயம் வரணும்!'ன்னு கடிதம் போட்டிருந்தார். நானும் தேவதச்சனும் போயிருந்தோம். நாலு பேரு பேப்பர்ல எழுதி வாசிச்சாங்க. நல்லா அலசி ஆராய்ந்து, 'இது நாவல் இல்ல. நாவல்னு யாரும் மயங்க வேண்டாம்'ன்னு சொல்லிட்டாங்க. அப்புறம் கடைசியா சுந்தரராமசாமி எழுந்து, 'நாவல்னா இப்படி இப்படி எல்லாம் இருக்கணும். இதுல அப்படி எதுவும் இல்லை. பிறகு எப்படி நாவல்னு ஒத்துக்கிடுறது?'ன்னு சொல்லிட்டார்.

கடைசியா என்கிட்ட, 'நீங்க நாலு வார்த்தை பேசுங்க'ன்னு சொன்னாங்க. நான் ஒன்னும் சொல்லலை.

கூட்டம் முடிஞ்சு கீழே வரும்போது, என்கிட்ட சுந்தரராமசாமி கேட்டாரு... 'நாங்க எல்லாரும், நீங்க எழுதினது நாவலே இல்லேன்னு சொல்றோம். நீங்க ஒண்ணுமே சொல்லலியே... குடிக்க தண்ணிகூடக் கேக்கலியே..?' அப்படின்னாரு.

நானும் எதார்த்தமா, 'நான் இதை நாவல்னு எழுதல. லட்சுமி கிருஷ்ணமூர்த்தி நாவல்னு புஸ்தகமா போட்டாரு. இப்ப நீங்க இதை நாவல் இல்லேன்னு சொல்றீங்க. இனிமேல் நான் பேசி பிரயோசனம் இல்லை... இனி என்னத்தைச் சொல்றது. நானோ எழுதி முடிச்சிட்டேன்!'ன்னு சொன்னேன்.

கணையாழியில் கோபல்ல கிராமம் பற்றி பகீரதன்னு ஒருத்தர் விமர்சிக்கிறார்... 'இந்த நாவல் பிரமாதம்... நோபல் பரிசுகூட கிடைக்கலாம்!' அப்படின்னு புகழ்கிறார். இப்படியாய் 'கோபல்ல கிராமம்' உருவானது.

• 'கோபல்ல கிராமம்' நாவலுக்கு சாகித்ய அகாடமி விருது கிடைத்திருக்கலாம் என எப்போதாவது நினைத்ததுண்டா?

உண்டு... உண்டு. ஏன்னா நாவல் வரிசையில் அதுதான் தலை. அதனால தலைக்குக் கிடைக்கிறது பொருத்தம்னு நெனச்சேன்.

• 'கோபல்ல கிராமம்', 'கோபல்லபுரத்து மக்கள்' அளவிற்கு 'அந்தமான் நாயக்கர்' என்ற நாவல் பேசப்படவில்லையே ஏன்?

அந்தமான் நாயக்கர் எதுக்காக எழுதப்பட்டதுன்னா... சினிமாவிற்காக எழுதினது. சினிமா டைரக்டர் பாலசந்தர் அவர்களின்

மகன் கைலாசம் என்னிடம் கதை கேட்டார். அவர் அமெரிக்காவில் போயி சினிமாதுறையில் சில பயிற்சிகள் பெற்றவர்ன்னு சொன்னார்.

பாலசந்தர் தனது பையனை அனுப்பிச்சாரு, ‘சினிமா தரத்துக்கு ஒரு கதை வேணும்’ன்னு. நான் சொன்னேன்... ‘அப்படியெல்லாம் உடனே எழுத முடியாது... கொஞ்சம் கால அவகாசம் வேணும்’ன்னு.

அவர் மகனும் மருமகளும் பாண்டிச்சேரி வந்து ஹோட்டல்ல ரூம் போட்டு மூனு நாளு தங்கி இருந்தாங்க. அப்பமும் என்னால எழுத முடியல. அப்புறம் அவங்க, ‘நீங்க எழுதி சென்னைக்கு அனுப்புங்க’ன்னு சொல்லிட்டு கிளம்பிப் போயிட்டாங்க.

அப்புறம், ரொம்ப நாளைக்குப் பிறகு டைரக்டர் பாலசந்தர் ஒரு கடிதம் போட்டாரு. கூடவே ஒரு தொகையும் அனுப்பி, ‘இதை அட்வான்ஸ் மாதிரி எடுத்துக்கிட்டாலும் சரி... நேரம் கிடைக்கும்போது கதை எழுதி அனுப்புங்க’ என்று எழுதியிருந்தார்.

அந்த நேரத்துல் ‘தினமணி’யில் எழுத்தாளர் மாலன் ஆசிரியராக இருந்தார். அவர் பாண்டிச்சேரி வந்தபோது என்னைப் பார்த்து ‘ஏதாச்சும் எழுதுங்களேன்’னு சொன்னார். நான் கேட்டேன், ‘ஒரு கட்டுரைக்கு எவ்வளவு கொடுப்பீங்க?’ன்னு. ‘எவ்வளவுனாலும் கொடுக்கலாம், எழுதுங்க’ என்றார். ‘ஐநூறு தர முடியுமா?’ன்னு கேட்டேன். சரின்னுட்டார். அப்போது அது நல்ல தொகைதான். அப்படி தொடராக எழுதினதுதான் ‘அந்தமான் நாயக்கர்’. சினிமாவை மனதில் வைத்து எழுதினது. கொஞ்சம் வித்தியாசமாய்த்தான் இருக்கும்.

‘அந்தமான் நாயக்கர்’ என்ற தலைப்புகூட சினிமாவிற்காகக் கொடுத்த பெயர்தான். அந்தத் தலைப்பு மாதிரியே பின்னாடி வேறொரு சினிமாகூட வந்தது... ஆக, அந்த நாவல் பிறந்த கதை இதுதான்.

● கவிதைக்கான காலம் முடிந்துவிட்டது. இனி, உரைநடைக்கான காலம்... பேச்சுமொழிக்கான காலம் என்று நீங்கள் சொன்னதாக..?

அது தவறாகப் புரிந்துகொள்ளப்பட்டிருக்கிறது. நான் வந்து கவிதைக்கு எதிரி இல்லை. கவிதையை ரசிப்பவன். ஆரம்ப காலத்தில் நானும் கவிதைகள் எழுதியவன்தான். பேச்சுமொழியைப் பற்றி ஏன் சொன்னேன்னா... பாண்டிச்சேரியில் ஒரு நிகழ்ச்சி. தமிழில் முதல்

நாவல் எழுதினார் இல்லையா... மாயூரம் வேதநாயகம் பிள்ளை... அவரோட நினைவு நூற்றாண்டு விழா நடந்தப்ப, என்னையும் கலந்துக்கச் சொல்லி அழைச்சாங்க... அவரோட மருமகனே வந்து அழைச்சது எனக்கு ரொம்ப சந்தோசமா இருந்தது.

கூட்டம் துவங்கும் நேரத்திற்கு முன்னதாகவே போய்விடுவது என்னோட கெட்ட வழக்கம். அப்படிப் போன இடத்தில ஆங்கில பேராசிரியர் ஒருத்தர் ஆங்கில நாவல் முதன்முதலில் எப்படிப் பிறந்தது என்பதைப் பற்றி சுவாரசியமாகச் சொன்னார்.

முதன்முதலில் ஆங்கிலத்தில் நாவல் எழுதினார் இல்லையா... அவரோட தொழில், டைப் ரைட்டர்ல டைப் அடிச்சுத் தருவது.

அப்போது இங்கிலாந்தில் பெண்கள் படிக்காத காலம். கணவன்மார்கள் மிலிட்டரியில் இருக்காங்க. கணவர்களுக்கு மனைவிகள் கடிதம் எழுதிப்போடணும். அப்படி ஒரு பொண்ணு இவரிடம் வந்து தனது கணவருக்குக் கடிதம் டைப் பண்ணச் சொல்றாள். உணர்ச்சிகரமாகச் சொல்கிறாள். இவரும் அவள் சொல்லச் சொல்ல டைப் பண்ணுறார். சொல்லி முடிச்சபிறகு டைப் அடிச்சதை வாசித்துக் காண்பிக்கிறார் இவர்.

அந்தப் பொண்ணு சொல்லுறாள், 'நான் சொன்னபடி நீங்க எழுதலியே..'ன்னு.

'அப்படித்தானேம்மா அடிச்சுருக்கேன்... அதுதானேம்மா என்னோட தொழில்..!' என்றார் இவர்.

அவளோ, 'இல்ல, நீங்க டைப் அடிச்சது சரியில்லே!'ன்னு சொல்லிட்டா.

அவரு யோசிச்சாரு... 'என்ன சொல்றா இவள்?!' என்று.

'நான் சொன்னது மாதிரி இருந்தாதான் பணம் தருவேன். இல்லாட்டி தரமாட்டேன்'னு அவ சொல்றா.

அவள் தனது கணவனிடம் பேசுவது போன்ற பேச்சுமொழியில் சொல்கிறாள். இவரோ சுத்தமான ஆங்கிலத்தில் டைப் பண்ணுகிறார். பிறகு, அதை அவர் புரிஞ்சுக்கிட்டு அவள் சொன்னதைப்போலவே, பேச்சுமொழி ஆங்கிலத்தில் டைப் பண்ணி, அதை வாசிச்சுக் காட்டுகிறார்.

'இதுதான் சரி'ன்னு அப்புறம் சொல்கிறாள் அவள்.

டைப் அடித்த அந்த மனிதர், தனது வீட்டிற்கு மதியம் சாப்பிடப் போகும்போது தன்னோட அன்பு மகள்கிட்ட இதைச் சொல்கிறார். தனது ஆபீஸ்ல என்ன நடந்தாலும் மகளிடம் சொல்வார் போல. அன்றும், இதை மகளிடம் சொல்ல, அவள் சொன்னாள், 'இதை நீ எழுதணும் அப்பா... மக்களின் பேச்சுமொழியில் ஒரு உரையாடலை எழுதும்போது அது ஓர் உணர்ச்சிகரமான கதை போல மாறி விடுகிறது... நீங்க இதை எழுதுங்க அப்பா..." என்றாள். அப்படி எழுதினதுதான் முதல் ஆங்கில நாவல். பேச்சுமொழியின் முக்கியத்துவம் இலக்கியத்திற்கு எப்படி அவசியம்னு சொல்ல இதை நான் சொல்வேன்.

● உங்களுக்கு இலக்கிய முன்னோடி என்று யாரைச் சொல்வீர்கள்?

என் எழுத்துக்கு முன்னோடி என்று யாரும் இல்லை. நானாகத்தான் எழுதினேன். அப்படி யாரும் இருந்தாங்கன்னு சொன்னால், அது பொய் சொன்னமாதிரி ஆகிவிடும்.

● இசைத்துறையில் உங்களுக்கு மிகுந்த ஈடுபாடு உண்டு. விளாத்திகுளம் சுவாமிகள் இசை குறித்து ரொம்பவே சிலாகித்துப் பேசியிருக்கீங்க... நாதஸ்வரம்கூட கொஞ்சம் கற்றுக்கொண்டீர்கள்... அந்தத் துறையில் போக முடியவில்லை என்ற ஆதங்கம் இன்னும் உள்ளதா ?

இன்னும் உள்ளதுன்னு சொல்ல முடியாது. ஆனால், ஒரு ஏக்கம். ஒரு பெண்ணைக் காதலிச்சு, அவள் இன்னொருத்தனை கட்டிட்டுப் போயிட்டான்னு வைங்க... நமக்குக் கிடைக்கலியேன்னு ஏக்கம் இருக்கும் இல்லையா..? சங்கீதத்தைப் பத்தி தெரிஞ்சுக் கணும்னு இப்போதும் ஏக்கம் உண்டு.

● அவுரிச்செடி பற்றி சிறுகதை எழுதி உள்ளீர்கள். வட இந்தியாவில் அவுரிப்பயிர் செய்யச்சொல்லி வெள்ளைக்காரன் கட்டாயப்படுத்தியதாகவும், அதை எதிர்த்து அங்கே போராட்டம் நடந்ததாகவும் வரலாற்றுச் செய்திகள் உண்டு. கரிசல்காட்டில் அவுரியை ஒரு பணப்பயிர் போல எழுதி உள்ளீர்கள். இதுபற்றிச் சொல்லுங்க...

அவுரியைப் பயிரிடும்போது மானாவாரியில்தான் கலப்படமாய் போடுவோம். மகசூல் எடுத்தப்புறமும் அவுரி இருக்கும். இதிலே என்ன விஷேசம்னா அவுரியை ஆடு திங்காது... மாடு திங்காது!

ஆரம்பத்திலே அவுரிக்கு நல்ல விலை கொடுத்தாங்க. அடுத்த வருஷமே ரொம்பக் குறைச்சுக் கொடுக்க ஆரம்பிச்சுட்டாங்க... இதனால விவசாயிகளுக்கு ரொம்பக் கோபம். இந்த அவுரியை நாம பயிரிட வேண்டியதில்லைன்னு முடிவு செஞ்சாங்க.

வடக்கே வேண்டுமானால் போராட்டம் நடந்திருக்கலாம். இங்கே யாரும் போராடலை. ஆனால், இந்த அவுரியை வாங்கி விற்கும் வியாபாரிகள் புதுசு புதுசாக காரில் பவனி வருவதை நானும் பார்த்திருக்கேன்.

- எழுத்தாளர் புதுமைப்பித்தனை நீங்கள் சந்தித்ததுண்டா?

இல்லை. சந்தித்தது இல்லை. சிதம்பர ரகுநாதன் வீட்டுக்கு, திருநெல்வேலி போறப்ப எல்லாம் போவேன். ராத்திரி முழுக்க பேசிட்டு இருப்போம். அப்படி ஒருநாள் பேசிட்டு இருக்கும்போது, 'இன்னைக்குப் புதுமைப்பித்தன் வர்றாரு... தெரியுமா?'ன்னாரு. 'அப்படியா பார்ப்போமே'ன்னேன்.

ரெண்டு பேரும், அவருக்கு ரொம்பப் பிடிச்ச திருநெல்வேலி அல்வாவை வாங்கிட்டு, திருநெல்வேலி ரயில்நிலையம் போனோம்.

கடைசில பார்த்தா, அந்த ரயிலில் அவரு வரலைன்னு சொல்லிட்டார். பார்க்காமலே போய்ட்டு.

- எழுத்தாளர் தொ.மு.சி.ரகுநாதனோடு இருந்த அனுபவங்கள்...

ரகுநாதன் அடிக்கடி இடைச்செவல் வருவாரு. அப்போது நான் புதுவீட்டுல இருந்தேன். திருநெல்வேலிக்குப் போற வழியிலே, என்னைப் பார்த்துட்டுத்தான் போவாரு. அதெல்லாம் அருமையான நாட்கள். அவரைப் பத்தி நிறைய சொல்லலாம்.

- புதுச்சேரி பல்கலைக்கழகத்திற்கு உங்களை வருகைதரு பேராசிரியராக நியமனம் செய்றப்ப என்ன மாதிரியான மனநிலை உங்களுக்கு இருந்தது?

புதுச்சேரி பல்கலைக்கழக துணைவேந்தர் எனக்குக் கடிதம் போட்டிருந்தார். இன்னமாதிரி... உங்களை நாங்க வருகைதரு பேராசிரியராக நியமித்திருக்கிறோம்... வந்து உடனே ஜாயின்ட் பண்ணுங்கன்னு. எனக்குக் கடிதத்தைப் பார்த்தவுடன் ரொம்ப தயக்கம். பேசாமல் இருந்தேன்... மறுபடியும் ஒரு கடிதம் வந்தது, ஏன் வரலைன்னு.

நான் பதில் கடிதம் போட்டேன்... 'எனக்கு உடனே வரமுடியாத சூழல். எனக்கு டயாபடீஸ் நோய் இருக்கு... அப்படி இப்படி'ன்னு எழுதி அனுப்பினேன். அவரு சொன்னாரு... 'நீங்க சொல்ற நோயெல்லாம் எனக்கும் இருக்கு... நீங்க இங்கே வந்தீங்கன்னா, நாம ரெண்டு பேரும் சேர்ந்து அந்த நோயை எதிர்த்துப் போராடலாம். உடனே புறப்பட்டு வாங்க'ன்னு சொன்னாரு. அதுக்கப்புறமும் எனக்குத் தயக்கம் இருந்தது.

இந்தநேரத்துல எனக்குச் சொந்தக்காரரு ஒருத்தர் வீட்டுக்கு வந்தாரு. அவரு சொன்னாரு... “மாமா, ஒடனே நீங்க புறப்பட்டுப் போகணும். இது யாருக்கும் கிடைக்காத வாய்ப்பு. நீங்க வேணும்னா ஒன்னு செய்யுங்க... தேதி போடாத ஒரு ராஜினாமா கடிதம் எழுதி உங்க சட்டைப் பையிலேயே வச்சுக்கோங்க... பிடிக்கலேன்னா

அந்தக் கடிதத்தைக் கொடுத்துட்டு உடனே வந்துருங்க. போய்த்தான் பாருங்களேன்" அப்படின்னாரு. எனக்கும் இந்த யோசனை நல்லதாப்பட்டது. ஒரு ராஜினாமா கடிதம் எழுதி வச்சுக்கிட்டு உடனே கிளம்பினேன். கூடவே கோவில்பட்டி மாரிஸ் வந்தாரு. அவரு எனக்கு இன்னொரு கை மாதிரி. ரெண்டு பேரும் போனோம். அங்கெ அ.ராமசாமி போன்றவங்கள்லாம் இருந்தாங்க... இப்படியாய்ப் போய்ச் சேர்ந்தேன்.

போகும்போது ஏற்பட்ட ரயில் பயண அனுபவத்தையும் இந்த நேரம் சொல்லணும். ஒரு பெரிய ட்ரங்க் பெட்டியில் என்னோட ஆடைகள், கொஞ்சம் புத்தகங்கள் வச்சிருந்தேன்.

ரயிலு விழுப்புரம் வந்தவுடன் ஒரு டிடியாரு எங்க பெட்டியில் ஏறினார். என் அருகில் வந்தவர், உங்க பெட்டியிலே என்னென்ன பொருட்கள் வச்சிருக்கீங்கன்னு திறந்து காட்டுங்க'ன்னாரு.

எனக்கு முதலில் புரியவில்லை. பாண்டிச்சேரி வேற நிர்வாகம். 'நீங்க என்னென்ன கொண்டு வாறீங்கன்னு பார்க்கணும். அதே மாதிரி பாண்டிச்சேரியில் இருந்து தமிழ்நாட்டிற்குப் போகும்போது பாட்டில் எதுவும் கொண்டு போறீங்களான்னு பாப்போம்' என்றார்.

நான் சொன்னேன்... 'நீங்க பாண்டிச்சேரியில் இறங்கிருவீங்கல்ல... அப்ப என்னோட பெட்டியைத் திறந்து காண்பிக்கிறேன். பிளாட்பாரத்தில் வைத்து நீங்க நல்லா பார்த்துக்கிடலாம்!'

அவரும் சரின்னுட்டு போயிட்டார். பாண்டிச்சேரி ரயில் நிலையத்துல தடபுடலா வரவேற்பு கொடுத்தாங்க... ரொம்ப பேரு வந்திருந்தாங்க. அதைப் பார்த்த அவரு, 'இவரு யாரோ போல... நாம கேட்டது தப்பா போச்சோ...' என்று நினைத்தாரோ என்னவோ சொல்லாம கொள்ளாம மாயமா மறைஞ்சு போயிட்டாரு(சிரிக்கிறார்).

● கோவில்பட்டியில் 'ஸ்டேட் பேங்க்' மேலாளராகப் பணிபுரிந்த பாவாடை ராமமூர்த்தி... அவர் ஒரு எழுத்தாளரும்கூட. அவரை நினைவில் இருக்கா?

பாவாடை ராமமூர்த்தி பற்றிச் சொல்லணும்னா ஒரு புஸ்தகமே போடலாம்... அவ்வளவு இருக்கு. 'நண்பர்களும் நானும்' அப்படின்னு ஒரு புஸ்தகம் எழுதியிருக்கேன். அதில் அவரைப் பற்றி ஒரு நீண்ட கட்டுரை எழுதியிருக்கேன். அதை எல்லாரும் படிச்சுப் பார்க்கணும்.

● இடைச்செவலில் இருந்த காலங்களில் விவசாயிகள் போராட்டத்தில் சிறை சென்றுள்ளீர்கள். விவசாயிகள் சங்கத்தின் பொறுப்பாளராகக்கூட இருந்துள்ளீர்கள். அந்தச் சிறை அனுபவங்களை எழுதி உள்ளீர்களா?

சிறை அனுபவங்கள் குறித்துக் கொஞ்சம்தான் எழுதியுள்ளேன். அந்த அனுபவங்களை, கஷ்டங்களை, அதில் உள்ள நல்ல விஷயங்களை எல்லாம் எழுதணும்னு ஆசைதான்... இனிமேல் எழுத முடியுமான்னு தெரியல.

● உங்கள் நெடிய வாழ்க்கைப் பயணத்தில் கணவதி அம்மாள் ஒரு பெரும் உந்துசக்தி. அவங்களைப் பற்றி...

அதைப் பற்றிச் சொல்ற நிலையில் நான் இல்ல... சொல்லும்போது ரொம்ப உணர்ச்சிவசப்பட்டு விடுவேன்... வேண்டாம்... (கண்கள் கலங்குகின்றன அவருக்கு).

● உங்கள் மகன் பிரபாகரன் என்ற பிரபி, கதைகள் எழுத ஆரம்பித்துள்ளார். ஒரு வாசகனாய் அவரது எழுத்தை எப்படிப் பார்க்கிறீர்கள்?

அவன் என்னைப் பின்பற்றி எழுதுவதாகச் சொல்லி, அதே பேச்சுவழக்கு மொழியைக் கையாள்கிறான். அதைப் பற்றி வாசகர்களும், விமர்சகர்களும்தான் சொல்லவேண்டும். எல்லா பெற்றோர்களும் சொல்ற மாதிரி, நானும் 'நல்லாத்தான் எழுதுறான்' என்றே சொல்வேன். மற்ற விஷயங்கள் பற்றி வாசகர்கள் சொல்வதுதான் சரியாக இருக்கும்.

● இடைச்செவல் ஊருக்குப் போயி நாளாகிவிட்டது. ஊரை தேடும் ஆவல் உங்களுக்கு இல்லையா... பழைய நண்பர்கள் யாரும் அங்கே இருக்காங்களா?

யாரும் இல்லை. எனக்கு இப்ப யாரும் இல்லை. எனக்குப் பிரியமான ஆண், பெண் அனைவருமே போயிட்டாங்க. நான் மட்டும் இப்ப தனியாக இருக்கேன்.

● நோபல் பரிசுபெற்ற நாவல்கள் படித்த அனுபவம் உண்டா?

எனக்குத் தமிழ் தவிர வேற மொழிகள் தெரியாது. அந்தக் காலத்துல விமர்சகர் க.நா.சு. மொழிபெயர்த்த நோபல் பரிசு பெற்ற நூல்களை வாசிச்சுருக்கேன்... அவ்வளவுதான்!

● சமீபத்தில் 'அண்டரெண்ட பட்சி' என்ற குறுநாவலை எழுதி முடித்துள்ளீர்கள். நீங்கள் எதிர்பார்த்த வரவேற்பைப் பெற்றதா?

அடேங்கப்பா... ரொம்பவே வரவேற்பு. இந்த நாவலை நான் 250 பக்கங்களில் எழுதினேன். அப்புறம் வாசிச்சுப் பார்க்கும்போது, அதுல வேண்டாத அரசியல்லாம் இருந்தது. எல்லாம் தள்ளிட்டு அதை நாற்பது பக்கமாய் குறைச்சேன். இந்த நாவல் எழுதுனதுக்கே காரணம் இளவேனில்தான். அவனை நான் 'பாபு'ன்னுதான் கூப்பிடுவேன். இவன்தான், 'ஏதாச்சும் எழுதிக் கொடுங்க... எழுதிக் கொடுங்க'ன்னு சொல்வான். அவன் சொன்னதுக்காகத்தான் இதை எழுதினேன்.

அப்புறம் படிச்சப்ப, 'இது ஒரு மாதிரி இருக்குப்பா... செக்ஸா தெரியுது. இதைப் படிச்சுட்டு போலீஸ் நடவடிக்கை ஏதும் வருமான்னு தெரியல'ன்னான்!

அந்தக்காலத்துல, எழுத்தாளர் தொ.மு.சி.ரகுநாதன் 'முதலிரவு'ன்னு ஒரு கதை எழுதினார். அதுக்காக அவரை ஒரு மாசம் ஜெயில்ல போட்டுட்டாங்க. எழுத்துக்காக ஜெயிலுக்குப் போன ஒரே தமிழ் எழுத்தாளர் அவராகவே இருக்கட்டும். நாம் இந்த வயசுல போயி சங்கடப்பட வேண்டாம். என்ன பண்றதுன்னு யோசிச்சேன்.

ராஜேந்திரன் ஐ.ஏ.எஸ். அவருக்கு இதன் ஒரு பிரதியை அனுப்பி, 'படிச்சுப் பார்த்துட்டு அபிப்பிராயம் சொல்லுங்கோ. உங்களுக்குத் தெரிஞ்ச லாயர் யாரேனும் இருந்தாலும் ஆலோசனை பண்ணி சொல்லுங்கோ... பிரச்னை ஏதும் வருமா?'ன்னு கேட்டிருந்தேன்.

அவரும் படிச்சுப் பார்த்துட்டு, 'எனக்கு இது ரொம்ப பிடிச்சுருக்கு. ஆபாசமாக எதுவும் இல்லை... அற்புதமாய் நிறைய விஷயங்கள்... நிறைய சொல்றீங்க... அதெப்படி இதாகும்? ஆனாலும் யோசிச்சுக்கிடுங்க..!' என்றார். அதனால், நானும் இளவேனிலும் 'இது இப்படியே கைப்பிரதியாய் இருக்கட்டும்'ன்னு முடிவு பண்ணினோம்.

இதற்கு முன்னோடியாக ஆங்கிலக் கவிஞன் பைரன் இருக்கிறார். அவரது சில படைப்புகள் கையெழுத்துப் பிரதியாகவே உலகம் முழுவதும் சுற்றிப் பிரபலம் ஆனது. அதைப்போல, இதுவும் கையெழுத்துப் பிரதியாகவே இருக்கட்டும் என்று முடிவு செய்து விட்டோம். பெண்கள்லாம் கூட வரவேற்றாங்க... அந்த அளவில் இதற்கு நல்ல வரவேற்பு கிடைத்தது என்றே சொல்லணும்.

● தமிழின் இளைய படைப்பாளிகளின் படைப்புகளை வாசிக்கிறீர்களா?

கொஞ்சகாலம் முன்புவரைகூட வாசிச்சேன். பெயர்கள் சட்டென்று இப்போ சொல்ல முடியல. தற்போது கண்கள் ஒத்துழைக்கமாட்டேங்குது. வாசிக்கமுடியலை. மனுஷாளைப் பார்க்க முடியுது. பத்திரிகையில் உள்ள பெரிய எழுத்துகளை வாசிக்க முடியுது. நிறைய வாசிக்க ஆசைதான். ஆனால், என்னால் முடியல.

● கோவில்பட்டியில் ஒரே சமயத்தில் பூமணி, தமிழ்ச்செல்வன், தேவதச்சன், சோ.தர்மன், கோணங்கி, கௌரிஷங்கர், அப்பாஸ்,

உதயசங்கர், நாறும்பூநாதன், சாரதி, அப்பணசாமி, திடவை பொன்னுச்சாமி, வித்யாஷங்கர் என்று எழுத்தாளர்கள் உருவானதை எப்படிப் பார்க்கிறீர்கள்?

இதை ஒரு அதிசயம்னுதான் சொல்லணும். இதைத் திட்டமிட்டு யாரும் செய்ய முடியாது. தானாக நடந்தது. எங்களால் முடிந்தது, 'கரிசல் கதைகள்' என்ற ஒரு ஆங்கிலத் தொகுப்பு கொண்டு

வந்தது. இப்போ நினைச்சால்கூட ஆச்சரியமா இருக்கு. அதுல, இந்த எழுத்தாளர்கள் எல்லாரும் கதைகள் எழுதி இருக்காங்க.

● கோவில்பட்டியில் இடதுசாரி அமைப்பைச் சேர்ந்த பால்யகாலத் தோழர்கள் பால்வண்ணம், கோபாலசாமி, ஜவகர், ஆர்.எஸ்.மணி, தேவப்பிரகாஷ் போன்றோர் உங்களோடு மிகவும்

நெருங்கிப் பழகியவர்கள். எழுபதுகளின் துவக்கத்தில் பாம்பு கடித்து, கோவில்பட்டி மருத்துவமனையில் நீங்கள் அனுமதிக்கப்பட்டபோது கூடவே இருந்து கவனித்துக்கொண்டவர்கள். வீடுகளில் இலக்கியக் கூட்டங்களை நடத்தி தாமரை, செம்மலர், கண்ணதாசன், கணையாழி போன்ற இதழ்களில் வரும் கதைகள், கட்டுரைகளை விமர்சித்துக் கூட்டங்கள் நடத்தியதையும் அவற்றில் நீங்கள் பங்கேற்றுப் பேசியதையும் இப்போதும் நினைவு கூறுவார்கள். அந்தத் தோழர்களை நினைவுகூற முடிகிறதா?

அதெல்லாம் பொன்னான நாட்கள். இலக்கிய விவாதங்களில் பெரிய சர்ச்சை எல்லாம்கூட வரும். கரண்ட் கதை பற்றியும் பேசியிருக்காங்க. தோழர்களை எல்லாம் பார்த்து ரொம்ப நாளாச்சு. பால்வண்ணம் மட்டும் நினைவில் இருக்கார். மற்றவர்கள் பெயர்கள் சட்டென்று நினைவில் வரலை. ஆர்.எஸ்.மணி... அவர் கொஞ்ச காலம் முன்பு பாண்டிச்சேரி வந்து என்னைப் பார்த்தார். பழைய விஷயங்களைச் சொன்னபிறகு கண்டுபிடிக்க முடிந்தது. (நாறும்பூவின் அண்ணன் என்று சொன்னார்.)

• கம்யூனிஸ்ட் இயக்கத்தில் இருந்த அனுபவங்கள் உங்களுக்கு உண்டு. இடதுசாரிகள் என்ன செய்ய வேண்டும் என்பது பற்றி சொல்லுங்கள்...

இடதுசாரிகள் பற்றிச் சொல்ல நிறையவே இருக்கு. அவர்களுக்கு என்று ஒரு தத்துவம் இருக்கு. அவர்களுக்கு என்று ஒரு நடைமுறை இருக்கு. அவர்கள் மற்றவர்கள் சொல்வதைக் கேட்டுக்கொள்வார்கள். ஆனால், கேட்டு நடக்கமாட்டார்கள் என்ற வருத்தம் ரொம்பவே உண்டு. அந்த அனுபவத்தை இங்கே பகிர வேண்டாம் என்றே நினைக்கிறேன்.

• கோவில்பட்டியில் சாத்தூர் டீ ஸ்டால் ரொம்ப பிரபலம். அங்குதான் ஐந்து முறை சட்டமன்ற உறுப்பினராகத் தேர்வு செய்யப்பட்ட தோழர் அழகர்சாமி, தோழர் எஸ்.எஸ்.தியாகராஜன், தோழர் ரெங்கசாமி போன்றோர் கூடுவர். அக்காலத்தில் இன்டெர்மீடியட் தேர்ச்சி பெற்ற தோழர் ரெங்கசாமி ஆங்கில இதழான நியூ ஏஜ் பத்திரிகையை அங்கே வாசித்துக் காட்டுவார் என்று சொல்வார்கள். உங்கள் கதையில் வரும் தோழன் ரெங்கசாமி, இவரை மனதில் கொண்டு எழுதியதா?

'சாத்தூர் டீ ஸ்டால்' வரும் தோழர் ரெங்கசாமிக்கும், எனது கதாபாத்திரம் தோழன் ரெங்கசாமிக்கும் எந்தச் சம்பந்தமும் இல்லை. சில விஷயங்களை அவரிடம் இருந்து எடுத்துக்கிட்டேன். அவருடைய தோற்றம் மற்ற விஷயங்கள். அவர் நல்லா ஆங்கிலம் பேசுவார். அவர் கம்யூனிஸ்ட் கட்சிக்குக் கிடைத்த சொத்து. அவரை நாம் இழந்துட்டோம். எல்லாவற்றையும் இழந்துட்டோம். இது பெரிய துரதிர்ஷ்டம். கட்சிக்கு நேர்ந்த துரதிர்ஷ்டம்

(கண் கலங்குகிறார்).

இழப்புக்குக் கணக்குவழக்கு எல்லாம் கிடையாது. வேறு என்ன செய்ய என்றும் அவர்களுக்குத் தெரியல. கம்யூனிஸ்ட்கள் நல்ல எதிர்க்கட்சிக்காரங்க. மக்கள் பிரச்னைகளை ஆழமாய்ப் பேசுவாங்க.

கேரளாவில் ஆளும் கட்சியாய் வந்தபோதுகூட நிறைய நல்ல விஷயங்கள் பண்ணினாங்க. அதனால் இப்பவும் அங்குள்ள மக்கள் மாறிமாறி வாய்ப்பு கொடுத்திட்டே இருக்காங்க.

:

● முப்பது ஆண்டு புதுச்சேரி வாசம் எப்படி உணர்கிறீர்கள்?

எனது வாழ்நாள் சரிதம் எழுதியபோது இதைப் பற்றி எழுதி இருக்கேன். 'வேதபுரத்தார்க்கு...' என்ற நூல் எழுதியிருக்கேன்.

புதுச்சேரி ரொம்பப் பிடிச்சுருக்கு. எனக்கு ரொம்ப திருப்தியாக இருப்பதால்தான் இங்கேயே இருக்கேன். எனக்கு இங்கே நல்ல நண்பர்கள் உண்டு. ஆரம்பத்தில் பணக்கஷ்டம் இருக்கத்தான் செய்தது. அதை நான் பல்வேறு வகைகளில் சமாளிச்சேன்.

பல இலக்கிய அன்பர்கள் மூலம் உதவி கிடைத்தது. இப்போ நான் நல்லா இருக்கேன். ஒரு நோயாளியின் கஷ்டம்தான்... அதோட சேர்ந்துதானே வாழணும்!

● புதுச்சேரி இலக்கியவாதிகள், நண்பர்கள் பற்றிச் சொல்லுங்க...

புதுச்சேரி இலக்கியவாதிகள் சற்று வித்தியாசமானவர்கள் என்றே சொல்லணும். ஏன்னா, அவர்களுக்கு என்று சில விஷயங்கள் வச்சிருக்காங்க... அது தப்புன்னு சொல்ல மாட்டேன். அது அவர்கள் இயல்பு. நல்ல இலக்கியவாதிகள் கிடைச்சதும் இங்கேதான்... சரியான இலக்கியவாதிகள் கிடைச்சதும் இங்கேதான்.

பஞ்சாங்கம், வெங்கட சுப்புராய நாயகர், சிலம்பு நா.செல்வராசு, பி.என்.எஸ்.பாண்டியன்... இன்னும் நிறைய நண்பர்கள் இருக்காங்க. இந்த ஊருக்கு வந்ததில் இருந்து நல்லா கவனிச்சுக்கிட்டாங்க. பக்தவச்சல பாரதி எனக்குக் கிடைச்ச நல்ல நண்பர்களில் ஒருவர்.

அப்புறம், இளவேனில்... இவனை நான் பாபு... பாபு என்றுதான் கூப்பிடுவேன். இளவேனில் எனக்குக் கிடைச்சது ஒரு அதிர்ஷ்டம்னுதான் சொல்லணும். உண்மையான அதிர்ஷ்டம்... அதுக்கு மேல் புகழ்ந்தால் அது மிகையாகிவிடும்!

(ஆனந்தமாய் ஒரு சிரிப்பை உதிர்க்கிறார்.)

நேர்காணல்: **இரா.நாறும்பூநாதன்**
புகைப்படங்கள்: **புதுவை இளவேனில்**

எழுத்தாளர் நாறும்பூநாதன்,
தனது மகன் திலக்கின்
கல்யாணக் காயிதம் அனுப்பியதற்கு,
கி.ரா. எழுதிய வாழ்த்துக் கடிதம்...

கி.ரா.,
புதுச்சேரி,

01.09.2019

பிள்ளைகளுக்கு ஆசிகள் முதலில்.

கலியாணக் காயிதம் அட்டகாசமாய்ப் பண்ணியிருக்கிறீர்கள்.

நண்பர்களோடும் சுற்றமும் பக்கமும் கொண்டாட்டமாய்த் தெரிகிறது.

அந்தக் காலத்துக் கலியாணங்களை நினைத்துப் பார்க்கிறேன்.

குறைந்தது, ரெண்டு மாதங்களாவது ஆகும், தொடங்கி முடிய என்று சொன்னால் நம்புவார்களா யாரும் இப்பொ?

அந்தக் கலியாணங்களில், கேட்க வேண்டிய, பார்க்க வேண்டிய வியக்க வேண்டிய காட்சிகள் என எல்லாம் உண்டு.

பூராவையும் விடாமல் சொல்ல ஆரம்பித்தால், கடிதம் கட்டுரை ஆகிவிடும். மஞ்சள் இடிக்கத் தொடங்கி... என்று மட்டும் சொல்லி விட்டுவிடலாம்.

நெல் இடிக்கத் தொடங்குவார்கள்... அதைச் சொல்லணும்...

வீட்டுக்குள்ளேயே நெல் இடிக்கும் பாறைக்கல் என்று தரையில் பதித்திருப்பார்கள். அதில் குவித்து வைத்தும், குந்தாணியைப்

போட்டும் பெண்கள் வட்டமாகக் கழுந்து உலக்கைகள் கொண்டு நெல் இடிப்பது பார்க்க வேண்டிய ஒன்று.

முக்கியமாக வாலிபப் பய பிள்ளைகள் பிரியமாகப் பார்ப்பார்கள்.

குனிந்தும் நிமிர்ந்தும் கைகளை வீசியும், ஆடிப்பாடி நெல் குத்துகிற காச்சி போயே போச்சி.

கலியாணம் என்றால் துணைக் கல்யாணங்களும் உண்டு. அதுக்காகவே காத்திருப்பார்கள் சொந்தபந்த ஏழைகள்.

இதுபற்றி நான் ஏற்கெனவே ஒரு பதிவு செய்திருக்கிறேன்.

அந்த நிலக்கிழார் தனது மகன் கல்யாணத்திற்காக வீட்டின் முன்னால் விஸ்தீரணமாகக் கொட்டகை போட, தனது வீட்டின் எதிர்ப்புறமுள்ள ஏழெட்டுக் குடிசை வீடுகளை அவர்களின் முழுச்சம்மதத்துடன் இடித்து, பிறகு கொல்லம் ஓடுகள் போட்ட மண் வீடுகள் கட்டித்தந்தார் என்பதை... (சொல்லிக்கொண்டே போகலாம்).

இங்கே கணவதிக்கு உடல்நிலை மோசமாகி ஆஸ்பத்ரியில் கொஞ்சநாள் இருந்து, இப்போது வீட்டில் கொண்டுவந்து வைத்தியம் பார்த்துக்கொண்டிருக்கிறோம். எங்க வீடே கால்வாசி ஆஸ்பத்ரி ஆகியிருக்கிறது.

‘பார்க்க வருகிறோம்...’ என்று சொல்கிறவர்களை, ‘வேண்டாம்... பார்க்க வரவேண்டாம்!’ என்று சொல்லிக்கொண்டிருக்கிறோம்.

* * * * * * * *

கலியாண வாழ்த்துகளை வாசிக்கும் வழக்கம் உண்டு.

இக்கடிதம் வாசிக்க வேண்டாதது, என்றாலும் உங்களை ஏமாற்றாமல் நாலு வரிகள் எதையாவது எழுத வேண்டும் என்று தோன்றியது.

மணமக்கள் நா.ராமகிருஷ்ணன் - ரா.ஜனனி

இவர்கள் அனைத்து நலன்களும் பெற்று நீடூழி வாழ்க!

என்றும்,

கி.ரா.

கி.ரா.வின் நாயகர்கள்

நூற்றுக்கணக்கான மாந்தர்களைத் தனது கரிசல் இலக்கியத்தில் உலவ விட்டவர் கி.ரா. எனினும், அவரது 'கிடை' நாவலில் வரும் திம்மய நாயக்கர், 'பிஞ்சுகள்' நாவலில் வரும் திருவேதி நாயக்கர், 'கரிசல்காட்டில் ஒரு சம்சாரி' குறுநாவலில் வரும் துரைசாமி நாயக்கர் தனித்துவம் மிக்கவர்கள்.

திம்மய நாயக்கருக்கு ஒரு கண்ணில் பூ விழுந்திருக்கும். மற்றொரு கண்ணால் மட்டுமே பார்க்க முடியும். தடங்களைக் கண்டும், தடயங்களைக் கண்டும் துப்பு துலக்குவதில் மகா கில்லாடி. ரொம்ப பேச மாட்டார். தன்னுடைய மீசையைத் தன் நாக்கால் வாய்க்குள் இழுத்து ஒவ்வொரு மயிராகப் பல்லால் கடித்துக்கடித்து கத்தரிக்கும் பேர்வழி.

தரையைப் பார்த்தபடியே நடக்கும் இவர், கீழே கிடக்கும் எச்சங்களைப் பார்த்தமாத்திரத்திலேயே சொல்லிவிடுவார், மேலே மரத்திலே இன்ன பறவை உட்கார்ந்திருக்கிறது என்று.

காய்ந்து கெட்டியான ஆட்டுப்புழுக்கைகளை எடுத்து வாயில் போட்டுக்கொண்டு கிராமத்துக் குழந்தைகளுக்கு வேடிக்கை காட்டும் மந்திரவாதியும்கூட.

கரிசல்காட்டில் இவர் சாதாரணமாக நடந்து போய்க் கொண்டிருந்தாலும், பங்காளிகள் இருவரின் நிலத்தைக் காலெட்டுகளால் மனசுக்குள் அளந்து எண்ணியபடி போய்,

மூத்தவன் நிலத்தை இளையவன் நாலுசால் உழவு தள்ளி உழுது நிலத்தை அதிகப்படுத்தியதைக் கண்டுபிடிக்கும் மகாபுத்திசாலி.

புஞ்சை நிலத்தை யாருடைய கால்நடைகளோ அழிமானம் செய்துவிட்டன. 'ஆட்டை மேய்ச்சவன் யாரு, சேதாரம் எவ்வளவு?' என்பதைக் கண்டுபிடிக்கப் போனவர்தான் திம்மய நாயக்கர்.

புஞ்சை நிலத்தில் காணப்படும் கால்தடங்களை அவர் ஆராயும் விதம், மனிதர்கள் நடக்கும்போது பதியும் கால்தடத்திற்கும், ஓடும் போது விழும் கால்தடத்திற்கும் உள்ள வித்தியாசத்தை அவர் அறியும் நுட்பம், காலடிகள் பக்கத்தில் தொரட்டிக்கம்பு ஊன்றிய இடம் தெரிகிறதா என்று பார்க்கும் பார்வை, அருகில் உள்ள ஓடை மண்ணின் தேறல்களில் பதிந்திருக்கும் இரண்டு ஜதைகள், அவற்றில் ஒரு ஜதையில் நடுவிரலில் அணிந்திருந்த மிஞ்சியின் பதிவையும் கண்டு அது ஒரு இளம்பெண்ணின் காலடி என்று அவர் ஊகிக்கும் தன்மையைப் படிக்கும்போது, ஷெர்லாக் ஹோம்ஸ் தோற்றார் போங்க.

நொச்சிச்செடியின் அருகே உள்ள மணலில் இரண்டு தொரட்டிக்கம்புகள் கிடந்த தடங்களை வைத்தும், மனித பிருஷ்டங்கள் பதிந்த தடத்தையும், அருகில் கிடக்கும் உடைந்த கண்ணாடித்துண்டை வைத்தும் அவர் ஒரு முடிவுக்கு வந்து ஒரு சிரிப்புச் சிரிப்பார் பாருங்கள்... ஒரு மிகப்பெரிய துப்பு துலக்கிய ஜேம்ஸ்பாண்ட் பாணியில்.

இவ்வளவையும் கண்டுபிடித்த திம்மய நாயக்கர் 'ஒன்னும் தெரியாதவர்போல, ஓடைக்குள் 'ஒன்னுக்கு' இருந்துவிட்டு வருபவர் போல இருந்துவிட்டு, துப்பு துலக்க வந்த மற்ற இருவருடன் சேர்ந்து நடந்தார்' என்று கி.ரா. எழுதும்போது, 'ஆஹா... மனுஷனுக்கு என்னமாய் ஒரு குசும்பு பாருங்களேன்!' என்று சொல்லத் தோன்றும்.

குழந்தைகளுக்காக எழுதிய நாவல் 'பிஞ்சுகள்'.

பள்ளிக்கூடம் போக விருப்பம் இல்லாத வெங்கடேசு என்ற கிராமத்துச் சிறுவனுக்கும், ரப்பர் வில்லுடன்(கவண்) சதா அலைந்து கொண்டிருக்கும் திருவேதி நாயக்கருக்கும் உள்ள சிநேகிதம் இருக்கே... அப்பப்பா.

ஸ்டாம்ப் சேகரிப்பதுபோல, அந்தப் பொடியன், காக்கா முட்டை, குயிலு முட்டை, மைனா முட்டை... என்று சேகரிப்பவன்.

திருவேதி நாயக்கர் பறவைகளைப் பற்றிப் பேசிக்கொண்டே இருப்பார். போர்க்குயில், கருங்குயில் எப்படிக் கூவும் என்பதைப் பற்றிச் சொல்வார்.

போர்க்குணம் மிக்க வல்லயத்தான் என்ற பறவையைப் பற்றி அவர் சொல்லும் தகவல்கள் பிரமிக்க வைக்கும்.

வல்லயத்தான் பறவையை வேட்டைக்கு நன்றாகப் பழக்க முடியும். வேட்டைநாயை ஏவிவிட்டு முயலைக் கவ்விக்கொண்டு வரச்சொல்வோமே அதைப்போல, இந்த வல்லயத்தானை ஏவி நமக்கு வேண்டிய பறவைகளை வேட்டையாடலாம். வானில் புறாக்கூட்டங்கள் போகிறதா? இதை ஏவினால் போதும்... எல்லாவற்றையும் தவிடுபொடியாக்கிவிட்டு, நமது கையில் வந்து அமர்ந்துகொள்ளும். அது வந்து உட்காரும் வேகத்தில், நம் கை எலும்புகள் நொறுங்கிப்போகாமல் இருக்க, மாட்டுத்தோலில் செய்த உறையை மணிக்கட்டில் அணிந்துகொள்ள வேண்டுமாம்.

இப்படி ஆரம்பித்து, பழங்களையும் தானியங்களையும் உண்ணும் பறவைகளின் மாமிசம் அதிக ருசி போன்ற ருசிகரமான விஷயங்களைத் தருவார் அவர்.

நீளமான இறக்கைகளைக் கொண்ட முரட்டுப்பறவையான 'தேன்கொத்தி'யைப்பற்றி அவர் சொல்லும் தகவல்கள் புதிது. பறவைகளில் ரொம்ப விவரமானது காகம். குரங்குகள் மாதிரி உள்ளூர் ஆட்களை அது நன்றாக அடையாளம் தெரிந்து வைத்திருக்குமாம்.

காக்காய் பிடிக்கிறவன் உள்ளூரில் அவற்றைப் பிடிக்க முடியாது என்று சொல்லி, காக்காய் எப்படிப் பிடிக்கிறார்கள் என்பதைக் கி.ரா. விவரித்திருப்பார் பாருங்கள்...

நாம்தான் மனிதர்களை 'நல்லா காக்கா புடிக்கிறான் பாருங்க' என்று சொல்வோம். அது உண்மையில் எவ்வளவு கடினம் என்பதை கழைக்கூத்தாடி ஒருவன் சோற்று உருண்டைகளைத் தூவி காக்காய்களைக் கவர்ந்து இழுத்து, அவற்றுக்குத் தாக்காட்டி, பின்பு தட்டோடு உணவை வீசி, காக்கைகள் கூட்டமாய் இரை தின்ன ஆரம்பிக்கும்போது, அவன் கயிற்று வலையில் அவற்றை மாட்டி இழுக்கும்வரை நடக்கும் போராட்டத்தைப் பார்த்தாலே புரிந்து கொள்ளலாம், காக்காய் பிடிக்கும் கஷ்டத்தை!

'கரிசல்காட்டில் ஒரு சம்சாரி' நாவலில் வரும் துரைசாமி நாயக்கர் சுவாரசியமான கதாபாத்திரம். சின்ன வயசில் பன்னிரண்டு

வயசு வரைக்கும் பால் குடிச்சவர் என்று கிண்டலாய் அவரைப் பற்றி ஆரம்பித்தாலும், பின்னால் அவர் கடும் உழைப்பாளியாய் எப்படி மாறுகிறார் என்பதுதான் கதை.

மழை பெய்து வெறித்த நாட்களில், ஊர் ஒடுங்கிய பிறகு, புஞ்சைக்குப்போய் பக்கத்துப் புஞ்சைக்காரன் நிலத்திலேயே மாறிமாறி நடந்து ஒரு பாதையை உண்டாக்கி, தனது நிலத்தை விஸ்தரித்துக்கொள்வார்.

மற்ற சம்சாரிகள் எல்லாம் விதைப்பு முடிந்தவுடன், முந்தைய அறுவடையில் உள்ள தானியங்களை அளந்து விற்று விடும்போது, இவரோ அடுத்த அறுவடை துவங்கும் நேரத்தில்தான் தனது குலுக்கைகளில் உள்ள கம்மம்புல்லை எடுத்து அளப்பார்.

கேட்டால், 'மேமழை பெய்யாமல் போயிட்டா மண்ணையா திம்பீக!' என்பார்.

விவசாயம் செய்யத் துவங்கும்போது, ஒருஜோடி மாடு வாங்காமல், ஒரு மாடு மட்டும் வாங்குவார் இவர். கூட்டுமாடு சேர்த்துக்கொள்ளலாம் என்று எண்ணம். வாங்கிய மாடும் ஒத்தைக்கொம்பு உள்ள மாடு. விலை சலுசு என்பதால் அதை வாங்கினார். கூட்டு மாடோ உயர்ந்த ஜாதி காங்கேயம். நுகத்தடியின் சரி மத்தியில் இருக்க வேண்டிய ஏர்க்காலை காங்கேயம் காளையின் பக்கம் தள்ளிப் பூட்டி உழத்தொடங்கினார். மாடுகளுக்கு பருத்திக்கொட்டைகளைவிட பச்சைப்புல் போட்டு வளர்ப்பார். காசு மிச்சம் அல்லவா?

ஊரில் விலைக்கு வரும் ஒரு தோட்டத்தை சாமர்த்தியமாய்ப் பேசி குறைந்தவிலையில் வாங்கிப்போடுவார். இப்படி சகல தந்திரங்களும் செய்து ஊரில் பெரிய பணக்காரர் ஆகிவிடுவார் துரைசாமி நாயக்கர்.

இந்த திம்மய நாயக்கர், திருவேதி நாயக்கர், துரைசாமி நாயக்கர் எல்லாம் யார்?

சாட்சாத் ராயங்கல ஸ்ரீகிருஷ்ணராஜ நாராயணப்பெருமாள் ராமானுஜம் என்கிற கி.ராஜநாராயணன்தான்..!

- இரா.நாறும்பூநாதன்

இரா.நாறும்பூநாதன்

பிறந்தது, தூத்துக்குடி மாவட்டம் கழுகுமலையில். கல்லூரி காலத்தில் நண்பர்களோடு இணைந்து 'மொட்டுக்கள்' என்ற கையெழுத்துப் பத்திரிகையை நடத்தியவர். எழுபதுகளின் இறுதியில், 'தர்சனா' நிஜ நாடக இயக்கத்திலும், 'சிருஷ்டி' வீதி நாடக இயக்கத்திலும் பங்கேற்றவர்.

'கனவில் உதிர்ந்த பூ', 'ஜமீலாவை எனக்கு அறிமுகப் படுத்தியவன்', 'கண் முன்னே விரியும் கடல்', 'ஒரு தொழிற்சங்கப் போராளியின் டைரிக் குறிப்புகள்', 'ஸ்டேட் பாங்க் ஊழியர் டைரி', 'கடன் எத்தனை வகைப்படும்?', 'இலை உதிர்வதைப் போல', 'யானைச் சொப்பனம்', 'தட்டச்சுக் கால கனவுகள்', 'ஒரு பாடல் ஒரு கதை' ஆகியவை இவரது படைப்புகள்.

இவரது சிறுகதை 'கனவில் உதிர்ந்த பூ', பாளை சதக்கத்துல்லா அப்பா தன்னாட்சி கல்லூரி, முதலாமாண்டு மாணவர்களுக்குப் பாடமாக வைக்கப்பட்டுள்ளது. 'யானைச் சொப்பனத்தில்' இடம்பெற்ற சில கட்டுரைகள், மனோன்மணீயம் சுந்தரனார் பல்கலைக்கழக ஒருங்கிணைந்த பட்டப்படிப்பில் பொதுத்தமிழில் இடம்பெற்றுள்ளன.

தற்போது, 'தமிழ்நாடு முற்போக்கு எழுத்தாளர் கலைஞர்கள் சங்க' மாநில துணைச் செயலாளராக இருக்கும் இவர், பாரத ஸ்டேட் வங்கியில் பணிபுரிந்து விருப்ப ஓய்வு பெற்று பாளையங்கோட்டையில் வசித்து வருகிறார்.

தொடர்புக்கு:
747எ, 2வது தெரு,
சாந்தி நகர்,
பாளையங்கோட்டை,
திருநெல்வேலி-627002
+91 9629487873
narumpu@gmail.com